KU-243-442

સાવિત્રી

Savitri

A TALE OF ANCIENT INDIA

AARON SHEPARD
Illustrated by VERA ROSENBERRY
Gujarati Translation by Bhadra Patel

UNIVERSITY OF CENTRAL ENGLAND
INFORMATION SERVICES

MANTRA PUBLISHING

ભારતના જૂના પુરાણા રાજયમાં એક રાજા તેની ઘણી રાણીઓ સાથે રહેતો હતો, પણ તેને એક પણ સંતાન ન હતું. અઢાર વર્ષ સુધી દરરોજ એ પવિત્ર યજ્ઞ સામે ઊભો રહેતો અને બાળવરદાન માટે પ્રાર્થના કરતો.

એક દિવસ એ પ્રાર્થના કરી રહ્યો હતો ત્યાં યજ્ઞની જ્વાળામાંથી એક તેજસ્વી દેવી પ્રગટ થઇ. "હું સૂર્યપુત્રી સાવિત્રી છું. તારી પ્રાર્થનાથી પ્રસન્ન થઇ હું તને એક પુત્રી આપીશ.''

In an ancient kingdom in India there lived a king who had many wives but not one child. Every day for eighteen years, he faced the fire of the sacred altar and prayed for the gift of children.

One day as he prayed a shining goddess rose from the flames, and said, "I am Savitri, child of the Sun. By your prayers, you have been rewarded and you shall have a daughter."

Book no. 31121484

Subject no. JJ / She

INFORMATION SERVICES

એક વરસની અંદર રાજાની માનીતી રાણીને એક પુત્રી જન્મી. રાજાએ દેવીના નામ પરથી પોતાની પુત્રીનું નામ સાવિત્રી પાડયું. એ એટલી બધી સુંદર અને હોશિયાર હતી અને તેની આંખોમાં સૂર્યનું તેજ ચમકતું હતું, જેથી લોકો એમ જ માનવા લાગ્યાં કે એ ખુદ એક દેવી હતી. પણ જયારે એ લગ્નની ઉંમરે પહોંચી ત્યારે કોઇપણ પુરુષે લગ્ન માટે તેના હાથની માગણી કરી નહીં.

તેના પિતાએ તેને કહ્યું, "સાવિત્રી નબળા પુરુષો તારી પ્રતિભાથી ઝાંખા પડી જાય છે. તું જા અને તારા માટે યોગ્ય પુરુષ જાતે જ શોધી લે. પછી હું તારા લગ્નની ગોઠવણ કરીશ."

Within a year, a daughter was born to the king and his favourite wife. He named her Savitri, after the goddess. She was so beautiful and intelligent, with eyes that shone like the sun, and people thought she herself was a goddess. Yet, when the time came for her to marry, no man asked for her hand in marriage.

Her father told her, "Savitri, weak men turn away from radiance like yours. Go and find a man worthy of you. Then I will arrange the marriage."

એટલે સાવિત્રી ચાલી નીકળી. પોતાના સખીમંડળ અને નોકરચાકરના સંઘમાં એ એક સ્થળેથી બીજા સ્થળે ફરતી રહી. ઘણા દિવસો બાદ, નદી કાંઠે એ ઋષિઓના એક આશ્રમ પર પહોંચી. ભક્તિ અને જ્ઞાનમય જીવન જીવવા માટે અહીં ઘણાં જણ શહેર છોડીને રહેતાં હતાં.

So Savitri set off. She travelled from place to place in the company of her courtiers and servants. After many days, she came upon a hermitage by a river crossing. Here lived many who had left the cities for a life of prayer and study.

સાવિત્રી પ્રાર્થનાખંડમાં દાખલ થઇ અને તેણે સૌથી મોટા ગુરુને વંદન કર્યું. એમની વાતચીત દરમિયાન તેજમય આંખોવાળો એક યુવાન પુરુષ ખંડમાં દાખલ થયો. એ એક વૃદ્ધ અને અંધ પુરુષને દોરી રહ્યો હતો.

"પેલો યુવાન પુરુષ કોણ છે?'' સાવિત્રીએ નમ્રતાથી પૂછયું.

"એ રાજકુમાર સત્યવાન છે.'' ગુરુએ સ્મિત સહિત જવાબ આપ્યો. "જેમનું રાજપાટ જીતાઇ ગયું છે એવા રાજા - તેના પિતાને એ દોરી રહ્યો છે. સત્યવાનનો અર્થ 'સત્યનો પુત્ર' થાય છે એ પણ સારું છે, કેમકે ગુણોમાં તેના જેવો ધનવાન બીજો કોઇ પુરુષ નથી.''

Savitri entered the hall of worship and bowed to the eldest teacher. As they spoke, a young man with shining eyes came into the hall. He guided another man, old and blind.

"Who is that man?" asked Savitri softly.

"That is Prince Satyavan," said the teacher, with a smile. "He guides his father, a king whose realm was conquered. It is well that Satyavan's name means 'Son of Truth', for no man is richer in virtue."

સાવિત્રી ઘરે પાછી વળી, અને જોયું તો તેના પિતા પાસે નારદ મુનિ બેઠા હતા.

“પુત્રી,’’ રાજાએ કહ્યું, “તને ગમતો પરણવા લાયક પુરુષ મળ્યો?’’

“હા, પિતાજી,’’ સાવિત્રી બોલી. “તેનું નામ સત્યવાન છે.’’

નારદ મુનિ ચિત્કાર કરી ઊઠયા. “ના સત્યવાન નહીં! રાજકુમારી, તેના જેવો બીજો કોઇ યોગ્ય પુરુષ થઇ શકે તેમ નથી, પણ તારે તેને પરણવું જોઇએ નહીં! હું ભવિષ્ય જાણું છું. સત્યવાન મૃત્યુ પામશે - આજથી એક વર્ષે.’’

સાવિત્રી કંપી ઊઠી પણ બોલી, “મેં તેને પસંદ કર્યો છે અને હવે કોઇ બીજાને પસંદ નહીં કરું. ગમે તેટલી ટૂંકી તેની જીંદગી, હું તે તેની સાથે ગાળવા માગું છું.’’

When Savitri returned home, she found her father sitting with the holy seer named Narada.

“Daughter,” said the king, “have you found a man you wish to marry?”

“Yes, father.” said Savitri. “His name is Satyavan.”

Narada gasped. “Not Satyavan! Princess, no man could be more worthy, but you must not marry him! I know the future. Satyavan will die, one year from today.”

Savitri trembled but said, “I have chosen him and will not choose another. However short his life, I wish to share it.”

તેથી રાજા સાવિત્રીનાં લગ્ન નક્કી કરવા તેની જોડે રથમાં બેસી નીકળી પડયો. આવી સ્ત્રીનો હાથ તેને લગ્નમાં આપવામાં આવતાં સત્યવાનની ખુશીનો પાર ન રહ્યો. પણ તેના પિતા, અંધ રાજાએ સાવિત્રીને પૂછયું, "તું આશ્રમનું કડક જીવન સહન કરી શકીશ? તું અમારાં સાદાં વસ્ત્રો અને વૃક્ષ છાલનો ડગલો પહેરી શકીશ? તું ફકત જંગલોનાં ફળપાન પર જીવી શકીશ?"

સાવિત્રીએ કહ્યું, "મને સુખસાહ્યબી કે કડક જીવનથી કશો ફરક પડતો નથી. મહેલ હોય કે આશ્રમ - મને બન્નેમાં સંતોષ છે."

આમ બન્નેનાં લગ્ન થયાં.

So the king rode with Savitri to arrange the marriage.

Satyavan was overjoyed to be offered such a bride. But his father, the blind king, asked Savitri, "Can you bear the hard life of the hermitage? Will you wear our simple robe and our coat of matted bark? Will you eat only fruits and plants of the wild?"

Savitri said, "I care nothing about comfort or hardship. Be it in a palace or in a hermitage, I am content."

And so they were married.

એક વરસ સુધી, તેમણે સુખમય જીવન વિતાવ્યું. પણ સાવિત્રી ભૂલી શકતી નહોતી કે સત્યવાનનું મૃત્યુ નજીકને નજીક આવી રહ્યું હતું.

આખરે, ફક્ત ત્રણ દિવસ બાકી રહ્યા. સાવિત્રી પ્રાર્થનાખંડમાં દાખલ થઇ અને પવિત્ર યજ્ઞ સામે ઊભી રહી. ત્યાં તેણે અન્નપાણી કે ઊંઘ વિના સતત ત્રણ દિવસ અને ત્રણ રાત સુધી પ્રાર્થના કરી.

છેવટે, જયારે સાવિત્રીએ ખંડ છોડયો, ત્યારે સૂર્ય હજુ ઊગતો જ હતો. તેણે સત્યવાનને ખભા પર કુહાડી મૂકીને જંગલ તરફ જતાં જોયો અને તે દોડીને તેના પડખે ઊભી રહી. ‘‘હું તમારી સાથે આવીશ.’’

‘‘ના, પ્રિયે, તું અહીં જ રહે,’’ સત્યવાને કહ્યું, ‘‘તારે ભોજન અને આરામ કરવા જોઇએ.’’

પણ સાવિત્રીએ કહ્યું, ‘‘મારું હૃદય તમારી સાથે આવવા નિર્ણય કરી ચૂકયું છે.’’

હાથમાં હાથ પકડી, સાવિત્રી અને સત્યવાન વૃક્ષોથી છવાયેલી ટેકરીઓ પર ચાલવા લાગ્યાં. તેમણે વૃક્ષો પર નવાં પાંગરેલાં ફૂલોની સુગંધ માણી અને તેઓ સ્વચ્છ ઝરણાં પાસે થાક ખાવા રોકાયાં. વનમાં મોરના ટહુકા ગુંજી રહ્યા હતા.

For a year, they lived happily. But Savitri could not forget that Satyavan’s death drew closer.
Finally, only three days remained. Savitri entered the hall of worship and faced the sacred fire. There she prayed for three days and nights, not eating or sleeping.

The sun was just rising when Savitri at last left the hall. She saw Satyavan heading for the forest, an axe on his shoulder and she rushed to his side. “I will come with you.”

“Stay here, my love,” said Satyavan. “You should eat and rest.”

But Savitri said, “My heart is set on going with you.”

Hand in hand, Savitri and Satyavan walked over wooded hills. They smelled the blossoms on flowering trees and paused beside clear streams. The cries of peacocks echoed through the woods.

સાવિત્રી આરામ કરી રહી હતી ત્યારે સત્યવાન એક તૂટેલા ઝાડમાંથી બળતણ માટે લાકડાં કાપતો હતો. ઓચિંતા જ તેણે પોતાની કુહાડી નીચે ફેંકી દીધી.

"મારું માથું દુ:ખે છે," તેણે કહ્યું.

સાવિત્રી તેના તરફ દોડી. તેણે ઝાડની છાંયડી હેઠળ તેને સુવાડયો અને તેનું માથું પોતાના ખોળામાં લીધું.

"મારું શરીર તપી રહ્યું છે!" સત્યવાન બોલ્યો. "મને શું થઇ રહ્યું છે?"

સત્યવાનની આંખો મીંચાઇ ગઇ. તેનો શ્વાસ ધીમો પડવા લાગ્યો.

While Savitri rested, Satyavan chopped firewood from a fallen tree. Suddenly, he dropped his axe.

"My head aches," he said.

Savitri rushed to him. She laid him down in the shade of a tree, his head on her lap.

"My body is burning!" said Satyavan. "What is wrong with me?"

Satyavan's eyes closed. His breathing slowed.

સાવિત્રી બાવરી બની ગઇ અને કોઇનો અવાજ સાંભળતાં તેણે ઉપર જોયું. વનમાંથી એક રાજવી પુરુષ આવી રહ્યો હતો. તેનો વાન અમાસની રાતથી પણ વધુ કાળો હોવા છતાં એ તેજસ્વી દેખાતો હતો. એની આંખો અને ઝભ્ભો રાતાં લોહી જેવાં હતાં. ધ્રૂજતાં ધ્રૂજતાં સાવિત્રીએ પૂછ્યું, "આપ કોણ છો?"

Savitri was distraught and hearing a sound she looked up. Coming through the woods was a princely man. He shone, though his skin was darker than the darkest night. His eyes and his robe were the red of blood. Trembling, Savitri asked, "Who are you?"

એક ઘેરા મૃદુ અવાજમાં જવાબ મળ્યો, "રાજકુમારી, તારી પ્રાર્થના અને તારા અપવાસના તપથી જ માત્ર તું મને જોઇ શકે છે. હું મૃત્યુનો દેવતા યમ છું. સત્યવાનના પ્રાણ લેવાનો હવે સમય થયો છે.''

A deep, gentle voice replied, "Princess, you see me only by the power of your prayer and fasting. I am Yama, god of death. Now is the time I must take Satyavan's spirit."

હવામાં નાખતાં હોય તેમ એક નાનકડો ફાંસો યમરાજાએ સત્યવાનની છાતી ફરતો ફેંકયો. અંગૂઠા જેવડો સત્યવાનનો પડછાયો તેમણે ત્યાંથી ખેંચી કાઢયો.

સત્યવાનનો શ્વાસ થંભી ગયો.

યમરાજાએ સત્યવાનના પડછાયાને પોતાના ઝભ્ભાની અંદર મૂક્યો. “મારા રાજયમાં તારા પતિના આગમન માટે સુખ વાટ જોઇ રહ્યું છે. સત્યવાન એક મહા ગુણવાન પુરુષ છે.’’

Yama passed a small noose through Satyavan’s breast, as if through air. He drew out a tiny likeness of Satyavan, no bigger than a thumb.

Satyavan’s breathing stopped.

Yama placed the likeness inside his robe. “Happiness awaits your husband in my kingdom. Satyavan is a man of great virtue.”

પછી યમરાજા મોઢું ફેરવી પોતાના મૃત્યુલોક ભણી દક્ષિણ દિશા તરફ ચાલવા માંડયા.

સાવિત્રી ઝડપથી ઊભી થઇ, પડતી આખડતી, તેમની સાથે સાથે રહેવા મથતી, તેમની પાછળ પાછળ વનમાં ચાલવા લાગી.

છેવટે યમરાજા ઊભા રહ્યા અને સાવિત્રી તરફ ફરીને કહ્યું, ''બેટા સાવિત્રી, તું મારી પાછળ પાછળ મૃત્યુલોક સુધી નહીં આવી શકે.''

''યમદેવ,'' સાવિત્રીએ કહ્યું. ''હું જાણું છું કે તમારી ફરજ મારા પતિને લઇ જવાની છે. પણ તેમની પત્નિ તરીકે મારી ફરજ તેમની સાથે રહેવાની છે.''

''રાજકુમારી, હવે એ ફરજનો અંત આવ્યો છે. છતાં પણ, હું તારી નિષ્ઠાથી પ્રસન્ન થયો છું અને તને એક વરદાન આપું છું. - તારા પતિના પ્રાણ સિવાય જે માગવું હોય તે માગ.''

સાવિત્રીએ જવાબ આપ્યો, ''પ્રભુ, કૃપા કરી મારા સસરાનું રાજય અને દ્દષ્ટિ તેમને પાછાં આપો.''

''તથાસ્તુ! તેમની દ્દષ્ટિ અને રાજય તેમને પાછાં મળશે,'' યમરાજા બોલ્યા.

Then Yama turned and headed south, back to his domain.

Savitri quickly rose and followed him through the woods, struggling to keep up.

At last Yama stopped and faced her. "Savitri, you cannot follow me to the land of the dead!"

"Lord Yama," said Savitri, "I know your duty is to take my husband. But my duty as his wife is to stay beside him."

"Princess, that duty is now at an end. Still, I admire your loyalty and will grant you a favour - anything but the life of your husband."

Savitri replied, "Please restore my father-in-law's kingdom and his sight."

"His sight and his kingdom shall be restored," said Yama.

યમરાજા ફરી દક્ષિણ દિશા તરફ ચાલવા માંડયા. ફરી પાછી સાવિત્રી પાછળ પાછળ ચાલી. એક નદીના કાંઠે કાંઠે ચાલતાં કાંટા અને લાંબા તિક્ષ્ણ ઘાસ વચ્ચેથી યમરાજા કશી પણ આંચ વિના પસાર થઇ ગયા. પણ સાવિત્રીનાં વસ્ત્રો અને ચામડી પર ચીરા પડયા.

"સાવિત્રી, બસ હવે તું બહુ દૂર સુધી આવી ચૂકી છો!"

"યમદેવ, હું જાણું છું મારા પતિને તમારા ધામમાં સુખ મળશે, પણ જે સુખ મારું છે એતો તમે લઇ જઇ રહ્યા છો."

"રાજકુમારી, નસીબ પાસે પ્રેમને પણ નમતું જોખવું પડે છે. પણ હું તારી ભક્તિથી પ્રસન્ન થયો છું અને તને બીજું એક વરદાન આપું છું - તારા પતિના પ્રાણ સિવાય જે માગવું હોય તે માગ."

સાવિત્રીએ જવાબ આપ્યો, "મારા પિતાને બીજાં ઘણાં સંતાન આપો."

"તથાસ્તુ! તારા પિતાને બીજાં ઘણાં સંતાન થશે."

Yama again headed south. Savitri followed. Along a riverbank, thorns and tall sharp grass let Yama pass through untouched. But they tore at Savitri's clothes and skin.

"Savitri, you have come far enough!"

"Lord Yama, I know my husband will find happiness in your kingdom but you carry away the happiness that is mine!"

"Princess, even love must bend to fate. But I admire your devotion and shall grant you another favour - anything but the life of your husband."

Savitri replied, "Grant many more children to my father."

"Your father shall have many more children," said Yama.

યમરાજા ફરી એકવાર દક્ષિણ દિશા તરફ ફર્યા. ફરી પાછી, સાવિત્રી પાછળ પાછળ ચાલી.

એક સીધા ચડાણવાળી ટેકરી પર યમરાજા તો જાણે સરકીને ચડી ગયા, જ્યારે સાવિત્રી બિચારી મહામહેનતે તેમની પાછળ પાછળ ચડી. ટેકરી પર ચડી યમરાજા ઊભા રહ્યા.

"સાવિત્રી, હું તને અહીંથી આગળ નહીં આવવાનો હુકમ કરું છું."

"યમદેવ, હું તમારો આદર કરું છું. પણ જે થવાનું હોય તે થાય હું તો સત્યવાનની પડખે જ રહીશ!"

"રાજકુમારી, હું તને છેલ્લીવાર કહું છું કે હવે તું આગળ નહીં આવી શકે, પણ હું તારી મહાન હિંમતથી પ્રસન્ન થયો છું અને તને એક છેલ્લું વરદાન આપું છું. ફરી કહું છું. તારા પતિના પ્રાણ સિવાય જે માગવું હોય તે માગ."

"તો પછી પ્રભુ, મને સંતાન આપો," સાવિત્રીએ કહ્યું. "અને તે બધાં સત્યવાનનાં સંતાન હોય!"

Yama once more turned south. Again, Savitri followed.
Up a steep hill Yama glided, while Savitri clambered after him. At the top he stopped.
"Savitri, I forbid you to come any further!"
"Lord Yama, I do respect you, but no matter what may come, I will remain by Satyavan!"
"Princess, I tell you for the last time, you will not!" said Yama. "But I admire your great courage and will grant you one last favour. Again, anything but the life of your husband."
"Then grant many children to me," said Savitri. "And let them be the children of Satyavan!"

યમરાજા પહોળી આંખે સાવિત્રી તરફ તાકી રહ્યા. "તેં મારી પાસે તારા પતિનો પ્રાણ નથી માગ્યો પણ હું તેને પાછો આપ્યા વિના તારી ઇચ્છા પૂરી કરી શકું તેમ નથી. રાજકુમારી, તારી બુદ્ધિ તારા મનોબળ જેટલી તીવ્ર છે.''

Yama's eyes grew wide as he stared at Savitri. "You did not ask for your husband's life, yet I cannot grant your wish without releasing him. Princess, your wit is as strong as your will."

યમરાજાએ સત્યવાનના પ્રાણને બહાર કાઢયો અને ફાંસો ખોલી નાખ્યો. પ્રાણ ઉત્તર દિશામાં ઝડપથી ઊડી જઇ ધીરે ધીરે દેખાતો બંધ થઇ ગયો. “પાછી વળ, બેટા સાવિત્રી. તેં તારા પતિનો પ્રાણ જીતી લીધો છે.”

Yama took out the spirit of Satyavan and removed the noose. The spirit flew north, quickly vanishing from sight. “Return, Savitri. You have won your husband’s life.”

સાવિત્રીએ ફરી એકવાર સત્યવાનનું માથું પોતાના ખોળામાં મૂક્યું ત્યારે સૂર્ય આથમવા આવ્યો હતો.

સત્યવાનની છાતી ઊંચી નીચી થઇ. તેણે આંખો ખોલી.

“દિવસ પૂરો પણ થઇ ગયો? હું કેટલી બધી વાર સુતો રહ્યો!'' તે બોલ્યો. “પણ થયું છે શું, પ્રિયે? તું એક સાથે હસી રહી છો અને રડી પણ રહી છો!''

સાવિત્રીએ ધીરેથી માથું ધુણાવ્યું, “મારા પ્રિયત્તમ, ચાલો આપણે ઘરે જઇએ.''

યમરાજાએ પોતાનાં બધાં વચનો પૂરાં પાડયાં, સાવિત્રીના પિતાને બીજાં ઘણાં સંતાન થયાં. સત્યવાનના પિતાને તેમની દૃષ્ટિ અને રાજય બન્ને પાછાં મળ્યાં.

The sun was just setting when Savitri again laid Satyavan's head in her lap.

His chest rose and fell. His eyes opened.

"Is the day already gone? I have slept so long," he said. "But what is wrong, my love? You smile and cry at the same time!"

Savitri gently shook her head and said, "My love, let us return home."

Yama was true to all he had promised. Savitri's father became father to many more. Satyavan's father regained both sight and kingdom.

સમય જતાં સત્યવાન રાજા બન્યો, અને સાવિત્રી બની તેની રાણી. પ્રભુની કૃપાથી તેમને ઘણાં સંતાન થયાં, અને બન્નેએ લાંબુ અને સુખી જીવન ગાળ્યું. આથી જયારે યમરાજા તેમને મૃત્યુલોકમાં લઇ જવા ફરી પાછા આવ્યા ત્યારે તેમને નહોતો કોઇ ડર કે ન હતાં કોઇ આંસુ.

In time, Satyavan became king and Savitri his queen. They lived long and happily, blessed with many children. So they had no fears or tears when Yama came once again to carry them to his kingdom.